Âm thanh và video:

www.sefa-bilingual.com/bonus

Mật khẩu để truy cập miễn phí:

tiếng Việt: **Xin lỗi, sách nói hoặc video chưa có bằng ngôn ngữ này. (Sorry, audio or video not yet available.)**

t. Ba Lan: **WSPL2521**

Chúng tôi đang nỗ lực cung cấp cho bạn càng nhiều sách song ngữ càng tốt dưới dạng sách nói và video. Chúng tôi mong bạn kiên nhẫn nếu chưa có phiên bản âm thanh hoặc video nào bằng ngôn ngữ của bạn! Bạn có thể cập nhật tiến độ công việc của chúng tôi trên trang web của chúng tôi: www.sefa-bilingual.com/languages

Ngày xửa ngày xưa, ở một vương quốc xa xôi nọ có mười một hoàng tử và một nàng công chúa, Elisa. Họ sống hạnh phúc trong một toà lâu đài đẹp lộng lẫy.

Dawno, dawno temu, było sobie dwanaścioro dzieci królewskich–jedenastu braci i starsza siostra, Elisa. Żyli sobie szczęśliwie w przepięknym zamku.

Ulrich Renz · Marc Robitzky

Bầy chim thiên nga

Dzikie łabędzie

Truyện tranh song ngữ dựa theo truyện cổ tích của

Hans Christian Andersen

Bản dịch:

Thi Thu Trang Nguyen (tiếng Việt)

Joanna Wallmann (t. Ba Lan)

Một thời gian sau khi Hoàng hậu mất, nhà Vua đã lấy vợ khác. Hoàng hậu mới là một mụ phù thuỷ độc ác. Mụ đã biến mười một hoàng tử thành những con thiên nga trắng và đuổi chúng đi thật xa ra khỏi bìa rừng của vương quốc.

Pewnego dnia zmarła ich matka. Jakiś czas później król ożenił się ponownie, ale nowa żona była złą czarownicą. Zaczarowała książęta w łabędzie i wysłała je daleko, do obcego kraju, po drugiej stronie wielkiego lasu.

Mụ đã cho Elisa mặc quần áo rách rưới và bôi kem bẩn lên mặt nàng, đến nỗi cha nàng không nhận ra nàng và ông đã đuổi nàng ra khỏi lâu đài. Elisa chạy vào rừng trong bóng tối.

Dziewczynkę ubrała w łachmany, a jej twarz posmarowała oszpecającą maścią. Ojciec nie rozpoznał jej i wygnał z zamku. Elisa uciekła do wielkiego, ciemnego lasu.

Bây giờ Elisa chỉ có một mình và nàng nhớ các em trai của mình sau khi họ bị mụ phù thuỷ đuổi đi.

Teraz była całkowicie sama i w głębi duszy tęskniła za swoimi zaginionymi braćmi. Gdy zapadł wieczór, zrobiła sobie pod drzewami posłanie z mchu.

Sáng sớm hôm sau nàng đi đến một hồ nước tĩnh lặng và soi mình trong đó. Nàng đã hoảng hốt khi nhìn thấy bóng mình trong mặt nước. Sau khi gội rửa sạch sẽ, Elisa là nàng công chúa đẹp nhất dưới ánh nắng mặt trời.

Następnego ranka dotarła nad ciche jezioro i wystraszyła się, widząc w nim swoje odbicie. Gdy się umyła, stała się znowu najpiękniejszą księżniczką pod słońcem.

Sau nhiều ngày Elisa đã đến được bãi biển lớn. Trên sóng biển dập dềnh có mười một chiếc lông chim thiên nga.

Po wielu dniach Elisa dotarła nad wielkie morze. Na falach unosiło się jedenaście łabędzich piór.

Khi hoàng hôn buông xuống, có tiếng ồn ào trong không trung và mười một con thiên nga hạ cánh xuống mặt biển. Elisa nhận ra ngay lập tức đó là các em trai của mình. Vì các em nàng nói tiếng của thiên nga, nên nàng không thể hiểu được các em nàng nói gì.

O zachodzie słońca słychać było szum w powietrzu. Jedenaście dzikich łabędzi wylądowało na wodzie. Elisa od razu rozpoznała w nich swoich zaczarowanych braci. Nie mogła ich zrozumieć, gdyż nie znała mowy łabędzi.

Ban ngày các em nàng bay đi kiếm ăn, tối đến họ quây quần bên chị gái mình trong một cái hang.

Một đêm nọ Elisa được Mẹ báo mộng: Mẹ nói cho Elisa biết cách để nàng giải thoát cho các em trai. Nàng phải đan cho mỗi em một chiếc áo từ cây tầm ma và tung áo lên cho các em mặc. Cho đến lúc đan xong áo nàng không được nói một từ nào cả, nếu nàng nói thì các em của nàng sẽ phải chết.
Elisa bắt tay ngay vào công việc đan áo. Mặc dù tay nàng bị xưng phồng lên và đau đớn vì cây tầm ma, nhưng nàng vẫn tiếp tục đan áo không mệt mỏi.

Za dnia łabędzie odlatywały, a nocą rodzeństwo spało w jaskini, przytulone do siebie.

Pewnej nocy Elisa miała dziwny sen: matka powiedziała jej, w jaki sposób może zdjąć czar z braci. Powinna dla każdego łabędzia upleść z pokrzyw koszulkę i mu ją narzucić. Do tego momentu nie wolno jej powiedzieć ani jednego słowa, inaczej bracia umrą.
Elisa natychmiast zabrała się do pracy. Chociaż ręce paliły jak ogień, plotła niestrudzenie.

Một ngày nọ từ xa có tiếng tù và của đoàn người đi săn. Một chàng hoàng tử và đoàn tuỳ tùng của mình cưỡi ngựa và chẳng bao lâu sau họ đã đứng trước nàng. Khi hoàng tử và Elisa nhìn vào mắt nhau, họ đã có cảm tình với nhau.

Pewnego dnia w oddali rozbrzmiały rogi myśliwskie. Wkrótce przybył konno książę wraz ze swoją świtą. Gdy tych dwoje spojrzało sobie w oczy, zakochali się.

Hoàng tử đặt nàng lên yên ngựa và cưỡi ngựa về cung.

Książę posadził Elisę na konia i galopem ruszyli do zamku.

Vị tổng giáo chủ trong cung là người không bằng lòng về việc xuất hiện của cô gái câm xinh đẹp ở trong cung. Lão muốn con gái của lão trở thành vợ của hoàng tử.

Potężny skarbnik nie był zadowolony z przybycia pięknej niemowy. To jego córka miała zostać żoną księcia.

Elisa không thể quên được các em trai của mình. Mỗi tối nàng lại tiếp tục đan áo từ cây tầm ma. Một tối nọ nàng đi đến nghĩa địa để lấy cây tầm ma tươi. Vị tổng giáo chủ đã bí mật theo dõi nàng.

Elisa nie zapomniała o swoich braciach. Każdego wieczora pracowała dalej nad koszulkami. Pewnej nocy poszła na cmentarz po świeże pokrzywy. Skarbnik obserwował ją przy tym potajemnie.

Khi hoàng tử đi săn, vị tổng giám mục đã vứt Elisa vào ngục giam. Lão bịa đặt rằng, Elisa là một mụ phù thuỷ và nàng gặp gỡ các mụ phù thuỷ khác mỗi đêm.

Gdy tylko książę wyruszył na polowanie, skarbnik rozkazał wrzucić Elisę do lochu. Rozgłosił, że jest ona czarownicą i nocą spotyka się z innymi czarownicami.

Vào tờ mờ sáng Elisa được viên cai ngục dẫn đi. Nàng sẽ phải chết trên giàn thiêu.

O świcie straż przyszła po Elisę. Miała zostać spalona na rynku.

Khi nàng vừa tới giàn thiêu, thì bỗng nhiên mười một con thiên nga trắng bay tới. Nhanh chóng Elisa tung lên cao cho mỗi con thiên nga một chiếc áo được đan từ cây tầm ma. Trong nháy mắt đàn thiên nga đã biến thành người và đứng trước nàng. Riêng hoàng tử út còn lại một cánh thiên nga thay cánh tay, vì chiếc áo của chàng chưa được đan hoàn chỉnh.

Gdy tam doszła, nagle nadleciało jedenaście białych łabędzi. Elisa szybko narzuciła każdemu z nich koszulkę z pokrzyw. W mgnieniu oka stanęli przed nią wszyscy jej bracia w ludzkiej postaci. Tylko ten najmłodszy, którego koszulka nie była całkowicie gotowa, zachował w miejscu ramienia skrzydło.

Trong khi Elisa và các em còn chưa hết mừng vui thì hoàng tử đi săn đã trở về. Cuối cùng Elisa có thể giải thích tất cả cho chàng nghe. Hoàng tử đã ném vị tổng giáo chủ xấu xa vào trong ngục giam. Và đám cưới của họ được diễn ra trong bảy ngày dài.

Và họ sống hạnh phúc mãi mãi về sau.

Jeszcze długo po powrocie księcia, objęciom i pocałunkom rodzeństwa nie było końca. Elisa mogła mu wreszcie wszystko wytłumaczyć. Książę rozkazał wrzucić złego skarbnika do lochu i siedem dni świętowano zaślubiny.

I żyli długo i szczęśliwie.

Hans Christian Andersen

Hans Christian Andersen was born in the Danish city of Odense in 1805, and died in 1875 in Copenhagen. He gained world fame with his literary fairy-tales such as „The Little Mermaid“, „The Emperor’s New Clothes“ and „The Ugly Duckling“. The tale at hand, „The Wild Swans“, was first published in 1838. It has been translated into more than one hundred languages and adapted for a wide range of media including theater, film and musical.

Bạn có thích vẽ không?

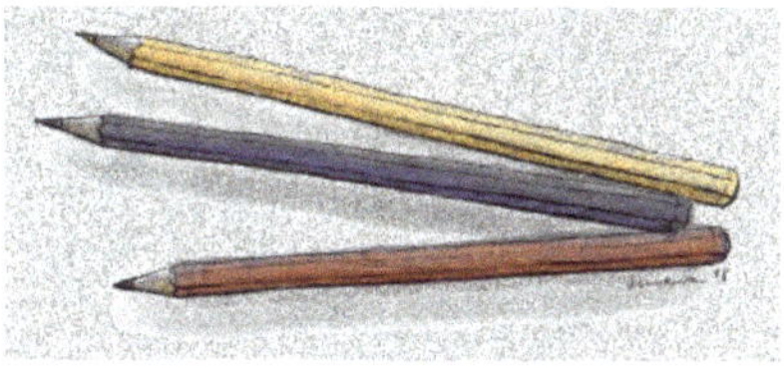

Dưới đây là các hình ảnh từ câu chuyện đến màu sắc trong:

www.sefa-bilingual.com/coloring

► Độ tuổi khuyến nghị: từ 2 tuổi

Tim không thể ngủ được. Con chó sói nhỏ đã biến mất! Có thể cậu bé đã để quên nó ở ngoài sân chơi?
Một mình Tim đi tìm sói nhỏ trong đêm và không ngờ lại gặp nhiều bạn khác...

Có sẵn bằng ngôn ngữ của bạn?

► Kiểm tra tại đây:

www.sefa-bilingual.com/languages

► Recommended age: 2-3 and up

Lulu can't fall asleep. All her cuddly toys are dreaming already – the shark, the elephant, the little mouse, the dragon, the kangaroo, and the lion cub. Even the bear has trouble keeping his eyes open ...

Hey bear, will you take me along into your dream?

Thus begins a journey for Lulu that leads her through the dreams of her cuddly toys – and finally to her own most beautiful dream.

Có sẵn bằng ngôn ngữ của bạn?

► Kiểm tra tại đây:

www.sefa-bilingual.com/languages

www.sefa-verlag.de

Special thanks to: Paul Bödeker, Freiburg, Germany

ISBN: 9783739985169

www.sefa-bilingual.com